ਬੱਚੇ, ਦੁਨੀਆਂ ਵਿਚ ਜੀ ਆਇਆਂ ਨੂੰ !

Welcome to the World Baby

Na'ima bint Robert
Illustrated by Derek Brazell

ਸੋਮਵਾਰ ਸਵੇਰੇ, ਤਾਰਿਕ ਆਪਣੇ ਚਿਹਰੇ ਉੱਪਰ ਵੱਡੀ ਮੁਸਕਰਾਹਟ ਨਾਲ ਸਕੂਲੇ ਆਇਆ। ਸਾਰੇ ਜਨੇ, ਬੁੱਝੋ ਕੀ?" ਉਹ ਚੀਕਿਆ "ਮੈਂ ਸ਼ਨਿਚਰਵਾਰ ਸੁੱਤਾ ਉਠਿਆ ਅਤੇ ਮੇਰੀ ਨਵੀਂ ਨਿੱਕੀ ਭੈਣ ਮੇਰੀ ਮਾਂ ਦੀ ਬੈਡ ਵਿਚ ਪਈ ਸੀ!"

On Monday morning, Tariq came to school with a huge smile on his face. "Guess what, everyone?" he cried. "I woke up on Saturday and my new baby sister was in my mum's bed!"

ਬੱਚੇ ਜੋਸ਼ ਭਰੇ ਸਨ। ਉਨ੍ਹਾਂ ਨੇ ਤਾਰਿਕ ਦੀ ਮਾਂ ਨੂੰ ਵੱਧਦੀ ਅਤੇ ਵੱਧਦੀ ਅਤੇ ਵੱਧਦੀ ਨੂੰ ਵੇਖਿਆ ਸੀ। ਉਹ ਵੱਡੇ ਦਿਨ ਦੀ ਉਡੀਕ ਕਰ ਰਹੇ ਸਨ।

The children were excited. They had seen Tariq's mum getting bigger and bigger and bigger. They had been waiting for the big day.

"ਉਸ ਬੈਗ ਵਿਚ ਕੀ ਹੈ, ਤਾਰਿਕ?" ਉਸ ਦੀ ਟੀਚਰ, ਮਿਸ ਸਮਿੱਥ ਨੇ ਪੁੱਛਿਆ। "ਮੇਰੀ ਮਾਂ ਨੇ ਮੈਨੂੰ ਇਹ ਸਾਰਿਆਂ ਵਿਚ ਵੰਡਣ ਲਈ ਖਜੂਰਾਂ ਦਿੱਤੀਆਂ ਹਨ। ਅਸੀਂ ਨਵੀਂ ਬੱਚੀ ਨੂੰ ਖਜੂਰ ਦੀ ਇਕ ਨੂਲੀ ਟੁਕੜੀ ਦਿੱਤੀ ਸੀ, ਉਹ ਸਭ ਤੋਂ ਪਹਿਲਾਂ ਇਸ ਦਾ ਹੀ ਸੁਆਦ ਵੇਖੇਗੀ।"

"What's in the bag, Tariq?" asked his teacher, Miss Smith. "My mum gave me these dates to share with everyone. We give a new baby a soft piece of date, the first thing they will ever taste."

ਸਾਰੇ ਬੱਚਿਆਂ ਨੇ ਖਜੂਰ ਖਾਦੀ।
ਹਮਮਮ, ਇਸ ਦਾ ਮਿੱਠਾ ਅਤੇ ਮੁਲਾਇਮ ਸੁਆਦ ਹੈ।

The children all had a date.
Hmmm, it tasted sweet and smooth.

ਬੱਚੇ ਸਕੂਲ ਵਿਚ ਪੰਜ ਭਾਵਕਤਾਵਾਂ ਬਾਰੇ ਸਿਖ ਰਹੇ ਸਨ ਅਤੇ ਇਨ੍ਹਾਂ ਨੂੰ ਸੁਆਦ, ਛੋਹ, ਵੇਖਣ, ਸੁਣਨ ਅਤੇ ਸੁੰਘਣ ਬਾਰੇ ਸਭ ਕੁੱਝ ਪਤਾ ਹੈ।

The children had been learning about the five senses in school and they all knew about tasting, touching, seeing, hearing and smelling.

"ਤੁਹਾਡੇ ਵਿਚੋਂ ਹੁਣੇ ਹੁਣੇ ਹੀ ਕਿੰਨਿਆਂ ਦੇ ਨਵੇਂ ਭੈਨ ਜਾਂ ਭਰਾ ਹੋਏ ਹਨ?"
ਮਿਸ ਸਮਿੱਥ ਨੇ ਪੁੱਛਿਆ।
ਕਾਫੀ ਹੱਥ ਖੜੇ ਹੋਏ।

"How many of you have had a new baby brother or sister recently?"
asked Miss Smith.
Quite a few hands shot up.

"ਤੁਸੀਂ ਆਪਣੇ ਮਾਪਿਆਂ ਤੋਂ ਪੁੱਛੋ ਕਿ ਤੁਸੀਂ ਨਵੇਂ ਬੱਚਿਆਂ ਦਾ ਆਪਣੇ ਪਰਿਵਾਰ ਵਿਚ ਕਿਸ ਤਰ੍ਹਾਂ ਸੁਆਗਤ ਕਰਦੇ ਹੋ? ਜਾਂ ਤੁਸੀਂ ਸਾਰੇ ਜਣੇ ਸ਼ੁਕਰਵਾਰ ਕੋਈ ਚੀਜ਼ ਲੈ ਆਓ ਅਤੇ ਸਾਨੂੰ ਉਸ ਬਾਰੇ ਦੱਸਿਓ," ਮਿਸ ਸਮਿੱਥ ਨੇ ਆਖਿਆ।

"Can you ask your parents how you welcome new babies in your family? Maybe you can all bring something in on Friday and tell us about it," said Miss Smith.

"ਅਸੀਂ ਕੁੱਝ ਵੀ ਲਿਆ ਸਕਦੇ ਹਾਂ?" ਬੈਨ ਨੇ ਪੁੱਛਿਆ।
"ਹਾਂ, ਬੈਨ। ਜੋ ਕੁੱਝ ਮਰਜ਼ੀ, ਪਰ ਉਸ ਦਾ ਪੰਜ ਭਾਵਕਤਾਵਾਂ
ਨਾਲ ਸੰਬੰਧ ਹੋਣਾ ਲਾਜ਼ਮੀ ਹੈ!"

"Can we bring anything?" asked Ben.
"Yes, Ben. Anything you like, as long as it's to do
with the five senses!"

ਸ਼ੁਕਰਵਾਰ ਨੂੰ, ਸਾਰੇ ਬੱਚੇ ਕੁਝ ਖਾਸ ਵਿਸ਼ੇਸ਼ ਚੀਜ਼ ਸਕੂਲੇ ਲੈਕੇ ਆਏ। ਮਿਸ ਸਮਿੱਥ ਨੇ ਸਾਰਿਆਂ ਨੂੰ ਗੋਲ ਚੱਕਰ ਵਿਚ ਬੈਠਾ ਦਿੱਤਾ।

"ਹੁਣ ਬੱਚਿਓ," ਉਸ ਨੇ ਅਰੰਭ ਕੀਤਾ, "ਆਪਣੇ ਵਿਚੋਂ ਬਹੁਤਿਆਂ ਨੂੰ ਪਤਾ ਹੈ ਕਿ ਪਰਿਵਾਰ ਵਿਚ ਨਵੇਂ ਬੱਚੇ ਨਾਲ ਕਿੰਨੀ ਖੁਸ਼ੀ ਹੁੰਦੀ ਹੈ। ਸੱਭ ਲਈ ਬਹੁਤ ਖੁਸ਼ੀ ਅਤੇ ਜਸ਼ਨ ਮਨਾਉਣ ਦਾ ਮੌਕਾ ਹੁੰਦਾ ਹੈ। ਚੱਲੋ ਪਤਾ ਕਰੀਏ ਕਿ ਇਕ ਦੂਸਰੇ ਦੇ ਘਰ ਵਿਚ ਨਵਾਂ ਬੱਚਾ ਹੋਣਾ ਕਿਸ ਤਰ੍ਹਾਂ ਲੱਗਦਾ ਹੈ।"

On Friday, all the children came to school with something extra special. Miss Smith sat them down in a circle.

"Now children," she began, "many of us know how wonderful it is to have a new baby in the family. For everyone it's a time of great joy and celebration. Let's find out what it's like to be a new baby in each other's homes."

"ਸੋ, ਅੱਨ-ਮੇ, ਤੁਹਾਡੇ ਘਰ ਵਿਚ ਨਵਾਂ ਬੱਚਾ ਪੈਦਾ ਹੋਣ ਵੇਲੇ ਕੀ ਹੁੰਦਾ ਹੈ?"
ਉਸ ਨੇ ਪੁੱਛਿਆ।
ਬਹੁਤ ਧਿਆਨ ਨਾਲ ਅੱਨ-ਮੇ ਨੇ ਇਕ ਆਂਡਾ ਕੱਢਿਆ, ਇਕ ਛੋਟਾ ਆਂਡਾ,
ਲਾਲ ਰੰਗ ਵਾਲਾ।

"So, An-Mei, what happens when a new baby is born in your
house?" she asked.
Very carefully An-Mei brought out an egg, a little egg, painted red.

"ਇਹ ਉਨ੍ਹਾਂ ਵਿਚ ਇਕ ਆਂਡਾ ਹੈ ਜਿਹੜੇ ਮਾਤਾ ਅਤੇ ਪਿਤਾ ਨੇ ਸਾਡੇ ਪਰਿਵਾਰ ਅਤੇ ਦੋਸਤਾਂ ਨੂੰ ਤੋਹਫੇ ਵਜੋਂ ਦਿੱਤੇ ਸਨ। ਇਸ ਨੂੰ ਲਾਲ ਰੰਗ ਕੀਤਾ ਹੋਇਆ ਹੈ, ਖ਼ੁਸ਼ਕਿਸਮਤ ਦਾ ਰੰਗ। ਆਂਡੇ ਦਾ ਮਤਲਬ ਹੈ, ਜਨਮ, ਜੀਵਨ ਅਤੇ ਪ੍ਰਫੁੱਲਤਾ। ਆਪਣੇ ਹੱਥ ਨਾਲ ਲਾਵੋ," ਬਰਾਈਅਨ ਨੂੰ ਫੜਾਉਂਦੀ ਹੋਈ, ਉਸ ਨੇ ਆਖਿਆ।

"This is one of the eggs that my mum and dad gave as gifts to our family and friends. It is painted red, the colour of good luck. The egg stands for birth, life and growth. Touch it with your hands," she said, passing it to Brian.

"ਇਹ ਬਹੁਤ ਮੁਲਾਇਮ ਹੈ ਮੇਰੀ ਮਾਂ ਦੇ ਚਿਹਰੇ
ਵਰਗਾ," ਛੋਟੇ ਠੰਡੇ ਆਂਡੇ ਉੱਪਰ ਹੱਥ ਫੇਰਦੇ ਹੋਏ,
ਬਰਾਈਅਨ ਨੇ ਆਖਿਆ।
ਬਾਕੀ ਸੱਭ ਬੱਚੇ ਮੁਸਕਰਾਏ।
"ਹੁਣ, ਕਿਸਦੀ ਵਾਰੀ ਹੈ?" ਮਿਸ ਸਮਿੱਥ ਨੇ ਪੁੱਛਿਆ।

"It's so smooth, just like my mum's face," said Brian,
stroking the cool little egg.
The other children all smiled.
"Now, who's next?" asked Miss Smith.

ਹੌਲੀ ਹੌਲੀ, ਸੇਦਾ ਨੇ ਇਕ ਛੋਟਾ ਚਿੱਟਾ ਲਫ਼ਾਫ਼ਾ ਖੋਲਿਆ ਅਤੇ ਵਿਚੋਂ ਇਕ ਕੇਸਾਂ ਦਾ ਗੁੱਛਾ ਕੱਢਿਆ, ਇਕ ਕਾਲੇ ਰੰਗ ਦਾ ਕੁੰਡਲੇ ਕੇਸਾਂ ਦਾ ਗੁੱਛਾ, ਚਿੱਟੇ ਰਿਬਨ ਨਾਲ ਬੰਨ੍ਹਿਆ ਹੋਇਆ।

Slowly, Saida opened a small white envelope and took out a lock of hair, a lock of curly dark hair, tied with a white ribbon.

"ਇਹ ਮੇਰੇ ਛੋਟੇ ਭਰਾ ਦੇ ਕੁੱਝ ਪਹਿਲੇ ਕੇਸ ਹਨ ਜਿਹੜੇ ਮੇਰੀ ਅੰਮੀ ਅਤੇ ਅੱਬਾ ਨੇ ਮੇਰੇ ਭਰਾ ਦੇ ਸਿਰ ਤੋਂ ਮੁੰਨੇ ਸਨ, ਜਿਸ ਵੇਲੇ ਉਹ ਸਿਰਫ ਸੱਤ ਦਿਨਾਂ ਦਾ ਸੀ।"
"ਕਿਉਂ?" ਬੈਨ ਨੇ ਪੁੱਛਿਆ।
"ਤਾਂ ਕਿ ਉਹ ਉਨ੍ਹਾਂ ਨੂੰ ਸੁਨਿਆਰੇ ਦੇ ਲਿਜਾ ਕੇ ਜੋਖ ਸਕਣ। ਫਿਰ ਉਹ ਇਨ੍ਹਾਂ ਦੇ ਭਾਰ ਜਿੰਨੇ ਚਾਂਦੀ ਦੀ ਕੀਮਤ ਗਰੀਬਾਂ ਦੀ ਮਦਦ ਲਈ ਦਿੱਤੀ ਜਾਂਦੀ ਹੈ," ਸੋਦਾ ਨੇ ਆਖਿਆ।

"This is some of my baby brother's first hair that was kept after Amma and Abba shaved my brother's head, when he was only seven days old."
"Why?" asked Ben.
"So that they could take it to the jewellers and weigh it. Then they gave its weight in silver to help the poor," said Saida.

ਉਸ ਨੇ ਕੈਰੋਲਾਈਨ ਨੂੰ ਫੜਾਏ। "ਆਪਣੀਆਂ ਉਂਗਲੀਆਂ ਨਾਲ ਇਨਾਂ ਨੂੰ ਟੋਹਵੋ," ਉਸ ਨੇ ਆਖਿਆ। "ਮੇਰੇ ਛੋਟੇ ਭਰਾ ਦੇ ਪਹਿਲੇ ਕੇਸ. . ."
"ਇਹ ਏਨੇ ਹਲਕੇ ਅਤੇ ਮੁਲਾਇਮ ਹਨ," ਵਾਲਾਂ ਦੇ ਛੋਟੇ ਛੱਲੇ ਉੱਪਰ ਹੱਥ ਫੇਰਦੀ, ਕੈਰੋਲਾਈਨ ਨੇ ਆਖਿਆ।

She passed it to Caroline. "Feel it with your fingers," she said.
"My baby brother's first hair..."
"It's so light and soft," Caroline said, stroking the little curl.

ਉਪਰੰਤ ਡੀਮੀਟਰੀ ਦੀ ਵਾਰੀ ਸੀ। ਉਸ ਨੇ ਇਕ ਛੋਟਾ
ਡੱਬਾ ਖੋਹਲਿਆ। ਇਸ ਵਿਚ ਸਿੱਕਾ ਸੀ, ਸੋਨੇ ਅਤੇ
ਚਾਂਦੀ ਦਾ ਸਿੱਕਾ, ਕਾਲੇ ਡੱਬੇ ਵਿਚ ਚਮਕ ਰਹੇ ਸਨ।

Next it was Dimitri's turn. He opened a small box.
In it were coins, gold and silver coins,
shining in the dark box.

"ਮੇਰੇ ਜਨਮ ਵੇਲੇ ਖ਼ੁਸ਼ਕਿਸਮਤ ਲਿਆਉਣ ਲਈ ਇਹ ਸਿੱਕਾ ਮੇਰੇ ਪਰਿਵਾਰ ਅਤੇ ਦੋਸਤਾਂ ਨੇ ਦਿੱਤਾ ਸੀ," ਉਸ ਨੇ ਆਖਿਆ ਅਤੇ ਰਾਜ ਨੂੰ ਡੱਬਾ ਫੜਾ ਦਿੱਤਾ।

"These coins were given by my family and friends when I was born, to bring good fortune," he said and passed the box to Raj.

"ਡੱਬੇ ਨੂੰ ਹਲੂਣਾ ਦਿਓ ਅਤੇ ਸਿੱਕੇ ਦੀ ਆਵਾਜ਼ ਸੁਣੋ।"
"ਇਹ ਜਿੰਗਲ-ਜਾਂਗਲ ਕਰਦੀ ਹੈ!" ਡੱਬੇ ਕੋਲ ਆਪਣਾ ਕੰਨ ਕਰਕੇ ਰਾਜ ਚੀਕਿਆ।

"Shake the box and listen to the sound the coins make."
"It jingle-jangles!" cried Raj, putting his ear close to the box.

ਨਦੀਆ ਸੰਗਦੀ ਸੰਗਦੀ ਬੋਲੀ।

"ਮਿਸ," ਉਹ ਬੋਲੀ, "ਮੇਰੇ ਕੋਲ ਇਕ ਚੀਜ਼ ਹੈ।"

ਉਸ ਨੇ ਇਕ ਬੈਗ ਚੁਕਿਆ ਅਤੇ ਵਿਚੋਂ ਕੋਟੀ ਕੱਢੀ, ਇਕ ਵੱਡੀ ਗਰਮ ਕੋਟੀ ਜਿਹੜੀ ਇਸ ਤਰ੍ਹਾਂ ਲੱਗਦੀ ਸੀ ਕਿ ਉਸ ਨੇ ਬਹੁਤ ਪਿਆਰ ਵੇਖਿਆ ਹੋਇਆ ਹੈ।

Nadia spoke up, shyly.
"Miss," she said, "I've got something."
She picked up a bag and pulled out
a jumper, a big warm jumper that looked
as though it had seen a lot of love.

"ਇਹ ਮੇਰੇ ਪਿਤਾ ਦੀ ਕੋਟੀ ਹੈ," ਉਸ ਨੇ ਆਖਿਆ। "ਮੇਰੇ ਜਨਮ ਵੇਲੇ, ਮੈਨੂੰ ਇਸ ਵਿਚ ਲਪੇਟਿਆ ਗਿਆ ਸੀ, ਅਤੇ ਮੇਰੇ ਤਿੰਨ ਖਾਸ ਨਾਂ ਰੱਖੇ ਗਏ ਸਨ।"

"This is my dad's jumper," she said. "When I was born, I was wrapped in it, and given three special names."

ਉਸ ਨੇ ਸਾਰਾ ਨੂੰ ਫੜਾਈ।
"ਆਪਣੀਆਂ ਅੱਖਾਂ ਬੰਦ ਕਰਕੇ ਇਸ ਦੀ ਖੁਸ਼ਬੂ
ਲਓ," ਉਹ ਹੌਲੀ ਹੌਲੀ ਬੋਲੀ। "ਇਸ ਦੀ ਮੇਰੇ
ਪਿਤਾ ਵਾਂਗ ਬਲਵਾਨ ਅਤੇ ਸੁਰੱਖਿਅਤ ਖੁਸ਼ਬੂ ਹੈ।"

She passed it to Sara.
"Close your eyes and smell it," she
whispered. "It smells strong and safe
like my dad."

ਸਾਰਾ ਨੇ ਆਪਣੀਆਂ ਅੱਖਾਂ ਬੰਦ ਕਰਕੇ ਡੂੰਗਾ ਸਾਹ ਲਿਆ। "ਹਮਮਮ," ਉਸ ਨੇ ਹਾਉਕਾ ਲਿਆ, "ਨਵੇਂ ਜੰਮੇ ਬੱਚੇ ਦੀ ਕਿਤਨੀ ਸੋਹਣੀ ਖੁਸ਼ਬੂ ਹੈ!"

Sara closed her eyes and breathed in deeply. "Hmmm," she sighed, "what a lovely smell for a newborn baby!"

ਅੰਤ ਵਿਚ ਈਲੀਮਾ ਦੀ ਵਾਰੀ ਸੀ।

ਆਪਣੇ ਬੈਗ ਵਿਚੋਂ, ਉਸ ਨੇ ਇਕ ਪੱਤਾ ਕੱਢਿਆ, ਇਕ ਛੋਟਾ ਕੁਆਰ ਗੰਦਲ ਦਾ ਪੱਤਾ।

"ਮੇਰੇ ਜਨਮ ਵੇਲੇ, ਮੈਨੂੰ ਥੋਹੜਾ ਜਿਹਾ ਇਹ ਦਿੱਤਾ ਗਿਆ ਸੀ," ਉਸ ਨੇ ਆਖਿਆ। "ਸੁਆਦ ਵੇਖੋ।"

ਉਸ ਨੇ ਪੱਤਾ ਨਚੋੜਿਆ ਅਤੇ ਕੁੱਝ ਰਸ ਮੋਨਾ ਦੀਆਂ ਉਂਗਲੀਆਂ ਉਪਰ ਡਿਗਿਆ

Finally it was Elima's turn.

From his bag, he brought out a leaf, a small aloe leaf.

"When I was born, I was given some of this," he said. "Taste it."

He squeezed it and some juice fell onto Mona's fingers.

ਉਸ ਨੇ ਉਤਸ਼ਾਹ ਨਾਲ ਸੁਆਦ ਲਿਆ। "ਅਰਗਹਹ ! ਏਨ੍ਹਾਂ ਕੌੜਾ ਹੈ," ਆਪਣਾ ਮੂੰਹ ਪੂੰਝਦੀ ਹੋਈ, ਉਹ ਚੀਕੀ।

Eagerly she tasted it. "Urghh! It's so bitter," she cried, wiping her mouth.

"ਇਹ ਬੱਚੇ ਨੂੰ ਸਿਖਾਲਣ ਲਈ ਹੈ ਕਿ ਜੀਵਨ ਕੌੜਾ ਹੋ ਸਕਦਾ ਹੈ, ਪਰ . . ."
ਛੋਟਾ ਜਿਹਾ ਸ਼ੈਹਦ ਦਾ ਗਮਲਾ ਕੱਢਦੇ ਹੋਏ, ਉਸ ਨੇ ਆਖਿਆ, "ਇਹ ਮਿੱਠੀ
ਵੀ ਹੋ ਸਕਦੀ ਹੈ!"

"That is to teach the baby that life can be bitter, but..." he said, bringing out a little pot of honey, "it can also be sweet!"

ਮੋਨਾ ਨੇ ਜਲਦੀ ਹੀ ਕੁਆਰ ਗੰਦਲ ਦਾ ਸੁਆਦ
ਸੁਆਦਲੇ ਸ਼ੈਹਦ ਦੇ ਚਮਚੇ ਨਾਲ ਖਤਮ ਕੀਤਾ।

Mona was quick to get rid of the aloe taste with a
spoonful of delicious honey.

"ਮਿਸ!" ਕਵੈਸੀ ਚੀਕੀ, "ਅਸੀਂ ਆਪਣੀਆਂ ਸਾਰੀਆਂ ਭਾਵਕਤਾਵਾਂ ਵਰਤ ਲਈਆਂ ਹਨ, ਕਿ ਨਹੀਂ?"

"ਬਿਲਕੁਲ ਠੀਕ, ਕਵੈਸੀ," ਆਪਣੇ ਚਿਹਰੇ ਉੱਪਰ ਵੱਡੀ ਮੁਸਕਰਾਹਟ ਨਾਲ, ਮਿਸ ਸਮਿੱਥ ਨੇ ਆਖਿਆ।

"Miss!" cried Kwesi, "we've used all of our senses, haven't we?"
"That's right, Kwesi," said Miss Smith, with a huge smile on her face.

"ਤੁਹਾਡੇ ਸਾਰਿਆਂ ਦੇ, ਸ਼ਾਬਾਸ਼! ਖਾਸ ਦਾਹਵਤ ਵਜੋਂ, ਟਰਮ ਦੇ ਅੰਤ ਤੇ ਆਪਾਂ ਪੰਜ ਭਾਵਕਤਾਵਾਂ ਦੀ ਪਾਰਟੀ ਕਰਾਂਗੇ।"

"ਹੁੱਰੇ!" ਉਨ੍ਹਾਂ ਸਾਰਿਆਂ ਨੇ ਬੱਲੇ ਬੱਲੇ ਕੀਤੀ।

"ਅਤੇ," ਮਿਸ ਸਮਿੱਥ ਨੇ ਆਖਿਆ, "ਆਪਾਂ ਨੂੰ ਕੋਈ ਹੈਰਾਨ ਕਰਨ ਵਾਲਾ ਮਿਲਣ ਆਵੇਗਾ।"

ਉਹ ਸਾਰੇ ਸੋਚਨ ਲੱਗ ਪਏ ਕਿ ਉਹ ਕੌਨ ਹੋ ਸਕਦਾ ਹੈ।

"Well done, all of you! As a special treat, we'll have a Five Senses party at the end of term."

"Hooray!" they all cheered.

"And," said Miss Smith, "we'll have a surprise visitor."

They all wondered who that could be.

ਟਰਮ ਦੇ ਅੰਤਲੇ ਦਿਨ ਤੇ, ਜਿਸ ਵੇਲੇ ਬੱਚੇ ਖਾਸ ਪੰਜ ਭਾਵਕਤਾਵਾਂ ਦੀ ਪਾਰਟੀ ਦਾ ਅਨੰਦ ਮਾਣ ਰਹੇ ਸਨ, ਉਸ ਵੇਲੇ ਦਰਵਾਜ਼ਾ ਖੜਕਿਆ

"ਇਹ ਕੌਣ ਹੋ ਸਕਦਾ ਹੈ?" ਵੱਡੀ ਮੁਸਕਰਾਹਟ ਨਾਲ ਮਿਸ ਸਮਿੱਥ ਨੇ ਪੁੱਛਿਆ।

On the last day of term, while the children were enjoying their special Five Senses party, there was a knock at the door.
"Who can that be?" asked Miss Smith with a big smile.

ਹੌਲੀ ਹੌਲੀ ਦਰਵਾਜ਼ਾ ਖੁੱਲਿਆ। ਨਵੇਂ ਬੱਚੇ ਨਾਲ . ਤਾਰਿਕ ਦੀ ਮਾਂ ਸੀ !
ਸਾਰੇ ਬੱਚਿਆਂ ਨੇ ਬੱਲੇ ਬੱਲੇ ਕੀਤੀ। 'ਬੱਚੇ, ਦੁਨੀਆ ਵਿਚ ਜੀ ਆਇਆ ਨੂੰ ! '
ਉਨ੍ਹਾਂ ਸਾਰਿਆਂ ਨੇ ਗਾਇਆ।

Slowly the door opened.
It was Tariq's mum with...the new baby!
The children cheered.
'Welcome to the world, baby, welcome to
the world!' they all sang.

ਤਾਰਿਕ ਦੀ ਮਾਂ ਅਤੇ ਉਸ ਦੀ ਨਵੀਂ ਛੋਟੀ ਭੈਣ ਪਾਰਟੀ ਵਿਚ ਆਣਕੇ ਸ਼ਾਮਲ ਹੋਏ।
ਅਤੇ ਤੁਹਾਨੂੰ ਪਤਾ ਹੈ, ਕਿ ਇਹ ਕਿਸੇ ਵੀ ਬੱਚੇ ਲਈ ਸਭ ਤੋਂ ਵਧ ਚੰਗਾ ਸੁਆਗਤ ਸੀ!

Tariq's mum and his new baby sister came and joined the party.
And do you know, it was the nicest welcome any baby had ever had!